जागा हो मानवा !

साद...... भविष्याची वर्तमानाला....

सौ. स्मृती संदेश वावेकर

समर्पण

माझे अखंड ऊर्जास्त्रोत, माझे समस्त विद्यार्थीगण यांना सस्नेह अर्पण.

अनुक्रमणिका

प्रस्तावना

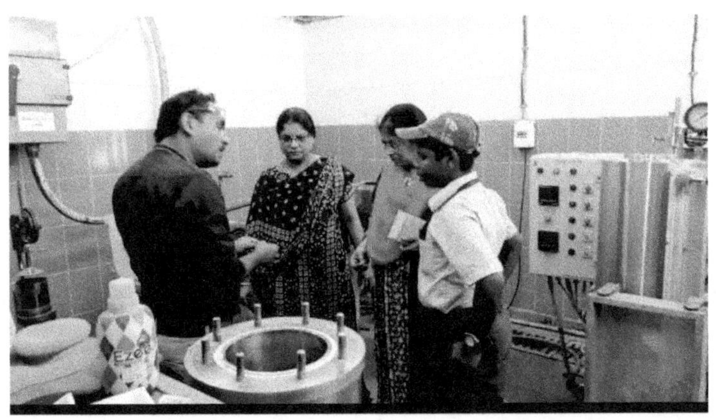

जगभरात कचऱ्याच्या समस्येने अक्राळविक्राळ स्वरूप धारण केले आहे. या समस्येचे निराकरण करण्यासाठी जागतिक स्तरावर संशोधन सुरू असून त्यास यश मिळत आहे. कचरा व्यवस्थापनाबाबत शासकिय यंत्रणा सजग असून नागरिक ही जागरूक होत आहेत.

कचरा व्यवस्थापनाचा थेट संबंध नागरिकांच्या पारंपरिक सवयी व समजुतींशी आहे. या सवयी संपूर्ण पणे बदलायच्या असतील तर वर्तनबदल होणे आवश्यक आहे. बालकांच्या संस्कारक्षम वयात त्यांच्यावर कचरा व्यवस्थापनाचे संस्कार झाल्यास यासंबंधी सकारात्मक वर्तनबदल होऊन 'कचरा' या समस्येचे निराकरण होण्यास हातभार लागेल.

कचरा व्यवस्थापनाचा संस्कार आनंददायी पद्धतीने बालकांच्या मनात रुजविण्यासाठी प्रत्यक्ष अनुभवावर आधारित- सहज, सोप्या कृतींची मांडणी या छोटेखानी पुस्तकात करण्यात आली आहे.

१

प्रसंग १

(मानसी व प्रियांका शाळेत जात आहेत. तेवढ्यात एक स्त्री
कचऱ्याची पिशवी रस्त्यावरील कचराकुंडी च्या दिशेने भिरकावते,परंतु
ती पिशवी कचराकुंडीच्या बाहेर पडते)
मानसी- अहो काकू, थोडं पुढे येऊन कचरा कचराकुंडीत टाका ना!

स्त्री- काय ग! चुरू चुरू बोलतेस.मी टाकलेला कचरा दिसला,पण आजूबाजूला अगोदरच कचरा आहे तो दिसत नाही का तुला?

प्रियांका-अहो काकू,शांत व्हा.तेच तर सांगतोय आम्ही.कचरा कुंडी अर्धी रिकामी आहे आणि कचराकुंडी च्या आजूबाजूला मात्र कचरा पसरलाय

.मानसी- काकू हाच कचरा रस्त्यावर येतो.वाहतुकीला अडथळा होतो. प्लास्टिक च्या पिशव्या भटक्या प्राण्यांच्या पोटात जातात.त्यांनाही त्रास होतो.

स्त्री-अग! येतील ना पालिकेचे सफाई कामगार.करतील साफ .त्यांचं कामच आहे ते.

(पालिकेचे सफाई कर्मचारी येताना दिसतात)

प्रियांका-बघा काकू,सफाई कामगार नाही स्वच्छतादूत

स्वच्छतादूत- बरं वाटलं बाळा,' स्वच्छतादूत 'हा शब्द ऐकून.

(स्त्री कडे पाहून)

ताई आम्ही आमच काम करतोच. स्वच्छतादूत स्वच्छता करून गेल्यावर अशा निष्काळजीपणामुळे जी घाण पसरते त्याची जबाबदारी कोणाची?

स्त्री- कोणाची म्हणजे ? सर्वांचीच.

मानसी-तेच तर म्हणतोय आम्ही काकू.आपला परिसर स्वच्छ ठेवणे, कचऱ्याचे वर्गीकरण करणे आणि कचरा योग्य ठिकाणी टाकणे ही प्रत्येक नागरिकाचीच जबाबदारी आहे.

प्रियांका- कचरा इकडेतिकडे पसरला,कुजला की दुर्गंधी आणि रोगराई पसरणार आणि त्याचा त्रास लहानथोर सर्वांनाच होणार.बरोबर की नाही.

स्त्री - हो, बरोबर आहे बाळा तुझं.एवढा विचार मी केलाच नाही ग.

स्वच्छतादूत- ताई, आजची मुलं खूप समंजस आहेत.कधी कधी आपण ही त्यांचं ऐकलं पाहिजे.

स्त्री- बरोबर बोलताय दादा तुम्ही.

मानसी- काकू आम्ही आमच्या शाळेत कचरा व्यवस्थापन करतो. तसच ते घरी आणि परिसरातही करण्याचा प्रयत्न करतो. आम्ही

आमच्या शाळेत नुसता सुका आणि ओला कचरा वेगळा करत नाही तर त्या ही पुढे जाऊन काम करण्याचा प्रयत्न करतो.

(स्वच्छतादूत आणि स्त्री कडे पाहून)

आमची शाळा जवळच आहे.नक्की या,आमच्या शाळेत आमचं कचरा व्यवस्थापन पहायला.

स्त्री आणि स्वच्छतादूत - येऊ ,येऊ. नक्की येऊ.

मानसी व प्रियांका - नक्की या, शाळेची वेळ झाली. आम्ही निघतो.

2

प्रसंग 2

(समीर चॉकलेट खाऊन रॅपर सुक्या कचऱ्याच्या डब्यात टाकतो.स्वच्छतादूत दादा ते पाहतो)

दादा - अरे! हे काय केलेस?

समीर- जबाबदारीने वागलो,रॅपर सुक्या कचऱ्यात टाकले.

दादा- बरोबर आहे तुझे,पण

(तालासुरात प्रत्येक ओळ 2 वेळा)

आपण या ही पुढे जाऊया,

अशा बाटल्या वर्गात टांगूया,

रॅपर, प्लास्टिक गोळा करूया,

सुक्या कचऱ्याचे वर्गीकरण करूया,

स्वयंसेवी संस्थेस देऊया,

आपण या ही पुढे जाऊया|

(हातातील प्लास्टिक व रॅपरच्या बाटल्या दाखवून वरील कडवे म्हणतो)

समीर- खरं आहे दादा तुझं.आता मी रॅपर आणि प्लास्टिक या बाटल्यांमध्येच टाकेन.

दादा(हसून) - छान, छान! जहाँ जागे ,वही सवेरा|

• 6 •

3

प्रसंग 3

(शाळेच्या वर्गातील मधल्या सुट्टीचे दृश्य.काही मुले गप्पा मारत आहेत. काही मुले दंगा करत आहेत.एक विद्यार्थी (तेजस) वहीच्या कोऱ्या पानावर दोन ओळी लिहितो आणि कागद फाडण्याचा अभिनय करतो. वर्गातील विद्यार्थिनी (सोनाली) हे पाहते.)

सोनाली(ओरडून) - अरे! थांब, थांब! काय करतोस?

(सर्वांचे लक्ष सोनालीकडे जाते. तेजसही दचकून सोनालीकडे पाहतो)

तेजस- केवढ्याने ओरडतेस.काय झालं एवढं?

सोनाली- काय झालं म्हणजे? दोनच ओळी लिहून कागद का फडतोस?

(तेजस बावरलेल्या अवस्थेत बघत राहतो.तेवढ्यात दुसरा मुलगा सौरभ पुढे येतो)

सौरभ- थांब, थांब सोनाली. ओरडू नकोस.मॅडम ने सांगितलं आहे ना,पुन्हा पुन्हा समजावून सांगायचं.ओरडायच नाही.

सोनाली (हसून) - असं आहे तर! चला तर मग ,आपण आपले काम करूया.

या रे या, सारे या

फेर धरा रे , फेर धरा|

(तेजसला मधोमध ठेवून वर्गातील सर्व विद्यार्थी त्याच्या भोवती फेर धरतात.)

सर्व (तालासुरात) -

एक कागद,एक झाड

विचार करून कागद फाड(2)

तेजस - कसं काय? कसं काय?

सर्व(तालासुरात)-

झाडापासून बनती कागद,

आपण फाडतो अगदी सहज(2)

तेजस- अच्छा!

सर्व(तालासुरात) -

प्रत्येक कागद जपून वापरू,

कागदाचा पुनर्वापर करू(2)

तेजस- कसा काय? कसा काय?

(एकेक विद्यार्थी पुढे येऊन प्रत्येकी दोन ओळी तालासुरात म्हणतील)

अतुल- (कोपऱ्यातील ' कागद वाचवा, झाडे वाचवा.' असे लिहिलेल्या पुटठ्याच्या मोठया खोक्याकडे निर्देश करत)

वर्गात असा डबा ठेवूया,

त्यात कागद गोळा करूया | (2)

अक्षदा-

वापरलेले कागद गोळा करूया,

कागदाचा लगदा करूया,(2)

सर्व - लगद्यापासून काय करूया? काय करूया?

(इतर विद्यार्थी अर्धवर्तुळात बसतात . प्रत्येकाच्या हातात कागदी लगद्यापासून बनविलेल्या विविध वस्तू असतात)

(अर्धवर्तुळातील मधले चार विद्यार्थी

हातातील वस्तू उंचावत)

विद्यार्थी- शैक्षणिक साधने

पाचवा विद्यार्थी - गाळण कागद

सहावा विद्यार्थी- वही

सातवा विद्यार्थी - भेटकार्ड

तेजस - छान, छान

सर्व - कागदाचा पुनर्वापर करूया, कागद वाचवून झाडे वाचवूया|

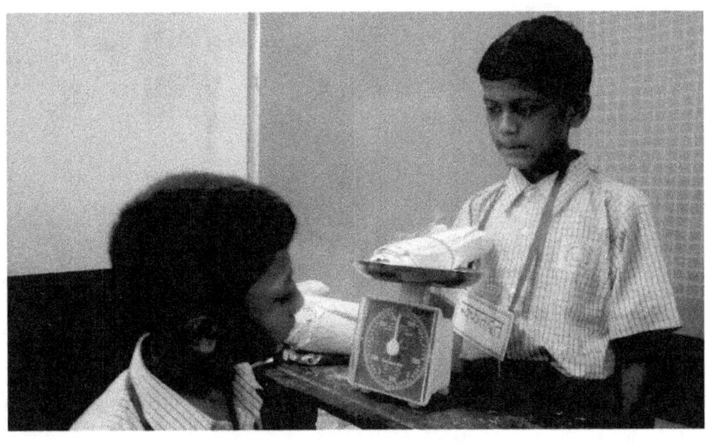

जागा हो मानवा !

4

प्रसंग-4

(आयुष फ्रुटी पीत जातो व टेट्रा पॅक सुक्या कचऱ्यात टाकतो.)

ताई- हे काय?

आयुष- जबाबदारी ओळखली.तो सुका कचराच आहे ना!

(तालासुरात-प्रत्येक ओळ 2 वेळा)

ताई- आपण या ही पुढे जाऊया,

टेट्रा पॅक वेगळे करूया,

स्वच्छ धुवून घडी करूया,

स्वयंसेवी संस्थेस देऊया,

आपण या ही पुढे जाऊया|

आयुष - पण असं का करायचं ताई?

ताई- टेट्रापॅक पासून बनती वस्तू छान छान

आपलाही वर्गीकरणास हातभार |

(आपल्या हातातील टेट्रापॅक च्या वस्तू दाखवून)

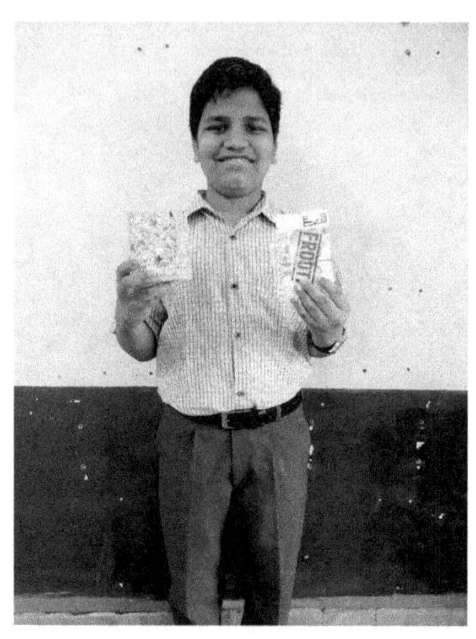

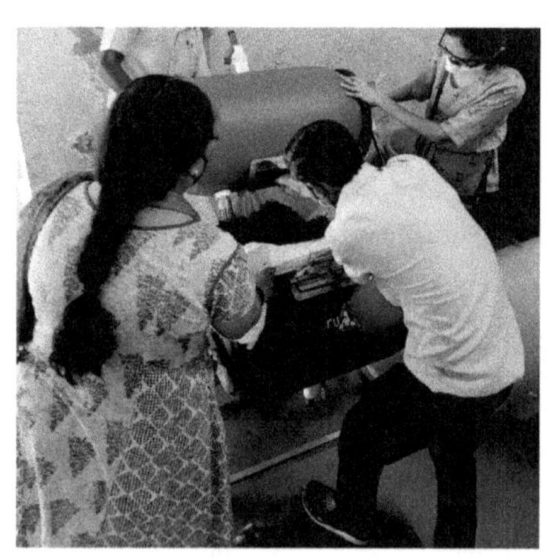

5

प्रसंग 5

(आई स्वतःशी गुणगुणत...)

आई- दिसते मजला सुखचित्र नवे

मुलगी-आई ,गाणं किती छान म्हणतेस,पण हे काय करतेस?

(हातातील दुधाची पिशवी कापण्याचा अभिनय करत) आई -काय? पिशवीच टोक तर कापलय आणि पिशवी सुक्या कचऱ्यातच टाकणार आहे.

मुलगी-आणि या टोकाचं काय?

आई- एवढ्याशा टोकाने काय होतंय?

मुलगी-हीच तर आहे आपली जबाबदारी. अशी टोके सुक्या कचऱ्यातून वर्गीकरण केंद्रात जातात, जी वेगळी काढणे शक्य होत नाही आणि वर्गीकरण केंद्राची वाटचाल पुन्हा प्लास्टिक च्या डम्पिंग ग्राउंड कडे सुरू होते.त्यापेक्षा पिशवी अशी काप की टोकाचा प्रश्नच उरणार नाही.

(मुलगी पिशवी योग्य प्रकारे कापण्याचे प्रात्यक्षिक दाखवते)

आई - हे तर सोपं आहे,पण तुला कस कळलं?

मुलगी-शाळेत मॅडम नी सांगितलंय.

आमची शाळा जे सांगते ते करते सुद्धा!

आई- अरे वा!

मुलगी - आपण घरातले खरकटे ओल्या कचऱ्यात फेकून देतो पण आम्ही शाळेत ओल्या कचऱ्यापासून कंपोस्ट खत तयार करतो.आमच्या कॅन्टीनमधल्या काकूसुध्दा स्वतः कम्पोस्ट खत तयार करतात.आम्ही शाळेतल्या बागेसाठी हेच कम्पोस्ट खत वापरतो.

आई- अय्या! भारीच ग तुमची शाळा, ' माझा कचरा, माझी जबाबदारी' नुसतं सांगत नाही तर करूनही दाखवते. म्हणतात ना, 'बोले तैसा चाले, त्याची वंदावी पाऊले.'

सौ. स्मृती संदेश वावेकर

6

प्रसंग 6

(दिपक कागदी लगद्यापासून बनविलेली गणेश मूर्ती घेऊन येतो)

दिपक-(घोषणा देत) गणपती बाप्पा मोरया,गणपती बाप्पा मोरया

संकेत - एवढीशीच गणेश मूर्ती. आमचा गणपती तर 3 फुटांचा आहे.

दिपक - छान, छान! पण कशाची बनवलेली आहे तुमची गणेशमूर्ती?

संकेत- अरे कशाची म्हणजे काय ? पी ओ पी ची

दिपक- हो , आमची गणेश मूर्ती लहानच आहे पण ती कागदी लगद्यापासून बनवली आहे.

संकेत- कोणी बनवली ही मूर्ती?

दिपक- मी

संकेत- कोणी शिकवली तुला ही मूर्ती बनवायला? आणि का बनवलीस तू ही मूर्ती?

दिपक- आमच्या शाळेत शिकवली अशी पर्यावरण पूरक मूर्ती बनवायला. पी ओ पी ची मूर्ती नदी,समुद्र किंवा अगदी कृत्रिम तलावात जरी विसर्जित केली तरी पाण्याचे प्रदूषण होणारच . मी मात्र ही मूर्ती घरीच विसर्जित करणार आणि ते पाणी झाडांना घालणार. म्हणजे सणही साजरा होणार आणि पर्यावरणाच रक्षणही . आपण मुलांनीसुद्धा पर्यावरण रक्षणासाठी पुढाकार घ्यायला हवा.

संकेत-बरोबर आहे तुझे.पर्यावरण वाचले तर आपण वाचणार. मलाही शिकव कागदी लगद्याची मूर्ती बनवायला.पुढच्या वर्षी मी

नक्की पर्यावरणपूरक गणेश मूर्ती बनवेन.
(दोघेही तालासुरात)
आम्ही बी घडलो,तुम्ही बी घडाना
आम्ही केलं आहे,तुम्ही बी करा ना.

7

प्रसंग 7

(घरातील दृश्य)

साक्षी(कपाट उघडते) -शी! माझ्याकडे एकही चांगला ड्रेस नाही.

आई- अग! काय पसारा मांडला आहेस हा?

साक्षी-आई, बघ ना! आज प्रेषिताची birthday party आहे आणि माझ्याकडे एकही चांगला ड्रेस नाही.

आई- कपाट भरून कपडे पडलेत तरी म्हणतेस एकही चांगला ड्रेस नाही.

प्रेषिता(मुलीची मैत्रीण-घरात येऊन) -हाय साक्षी!

साक्षी-हाय प्रेषिता,बरं झालं तूच आलीस.

प्रेषिता- हो, अग! काकूंना मला स्वतः आमंत्रण द्यायचे होते.

आई -ये प्रेषिता, बस ना!

प्रेषिता- काकू माझ्या वाढदिवसाला साक्षी बरोबर नक्की या हं!

साक्षी - प्रेषिता, आज तुझ्या वाढदिवसाची थीम काय आहे.

प्रेषिता-माझ्या वाढदिवसाची थीम आहे-REDUSE, REUSE, RECYCLE

साक्षी - हे काय नवीन?

प्रेषिता - मी आज माझे आणि माझ्या घरच्या सर्वांचे जुने पण चांगले कपडे एका स्वयंसेवी संस्थेस देणार आहे. माझ्या वाढदिवसाला येणाऱ्या प्रत्येकाने मला भेट म्हणून त्यांच्या घरातले जुने पण अगदी चांगले

कपडे भेट म्हणून द्‍यायचे आहेत.म्हणून तर मी स्वतः सर्वांना आमंत्रण देत आहे.

साक्षी - पण एवढ्या कपड्यांचे ती स्वयंसेवी संस्था करणार काय?

प्रेषिता - काही चांगले कपडे, चादरी, ब्लँकेट गरजूना वाटले जातात. इतर कपड्यांपासून वेगवेगळ्या वस्तू बनवल्या जातात जसं दप्तर, पर्स, पिशव्या , पायपुसणी, गोधड्या आणि बरच काही. दप्तरासारख्या वस्तू गरजू विद्‍यार्थ्यांना मोफत वाटल्या जातात आणि यातून अनेक गरजूंना रोजगार ही मिळतो.

आई- प्रेषिता, खरंच किती सुंदर विचार केलास तू वाढदिवसाच्या निमिताने. खरोखरच आपल्या घरांमध्ये अनेक चांगले कपडे पडलेले असतात.त्यांचे काय करायचे हे कळत नाही. त्या कपड्यांचा असा पुनर्वापर झाला तर किती छान होईल.

साक्षी-प्रेषिता खरंच, खूपच छान विचार आहे तुझा. बघ ना, मी किती पसारा काढलाय ,तरी मला वाटत होतं की माझ्याकडे चांगले कपडे नाहीत. तू माझ्या डोळ्यात चांगलं अंजन घातलस.मी या मिशन मध्ये तुझ्या बरोबर आहे.

आई - आणि मी सुद्‍धा. मी माझ्या मैत्रिणी आणि नातेवाईकांना याविषयी सांगेन .जास्तीतजास्त लोकांना या मोहिमेशी जोडण्याचा प्रयत्न करेन. खरं तर REDUSE,REUSE,RECYCLE ही थीम आपल्या वापरातल्या सर्वच वस्तूंसाठी वापरली पाहिजे. तुझ्या या आगळ्यावेगळ्या विचाराच्या वाढदिवसाच्या तुला अगदी मनापासून शुभेच्छा.

प्रेषिता- थँक्स काकू.

कु. अनश्री पांचाळ

8

प्रसंग 8

(तीन मैत्रिणी फ्रँकी खात आहेत)

श्रद्धा- ए! टिशू पेपर दे ना!

पूजा- घे

उज्ज्वला- मला पण दे.

काकू - तुमच्याकडे रुमाल नाही का?

सर्व मैत्रिणी- हो,आहे.

काकू- मग रुमाल वापरा ना!

श्रद्धा- अहो काकू,रुमालाला तेलकट डाग पडतात ना!

काकू- रूमाल धूता येतो पण टिशू पेपरचे काय?टिशू पेपर बनवण्यासाठी अनेक झाडांचा बळी जातो. हॉटेलमध्ये, कॅंटीनमध्ये,घरात टिशू पेपर वापरले नाही तर कितीतरी झाडे वाचतील.

उज्ज्वला- बरोबर बोलताय काकू तुम्ही.आजपासून,' टिशू पेपर बंद, रुमाल सुरू.'

श्रद्धा- तुझ्याकडे पाणी आहे का?

पूजा - हो,हे घे.

काकू - हे काय ,प्लास्टिक ची बाटली.

श्रद्धा- हो, मग काय झालं? हे काही single use plastic नाही.जाड प्लास्टिक आहे.

काकू- प्लास्टिक ऐवजी धातूची बाटली वापरली पाहिजे. जिथे जिथे प्लास्टिक ला पर्याय उपलब्ध आहे तिथे तिथे प्लास्टिक ला नाही म्हटले पाहिजे.

पूजा- असे का पण?

काकू - प्लास्टिकला नकार, म्हणजे पर्यावरणाला होकार. पर्यावरणासाठी आपण इतकं नक्कीच करू शकतो.

पूजा -हो नक्कीच करू शकतो. पर्याय आहे फक्त सवयी बदलायला हव्यातआणि ते आम्ही नक्कीच करू.इतरांनाही सांगू.

सर्व मैत्रिणी - थँक्स काकू

Save Papers
Save Trees
Save Environment
Every
3000 sheets
of paper costs
us a tree
USE ME LESS | USE ME LESS

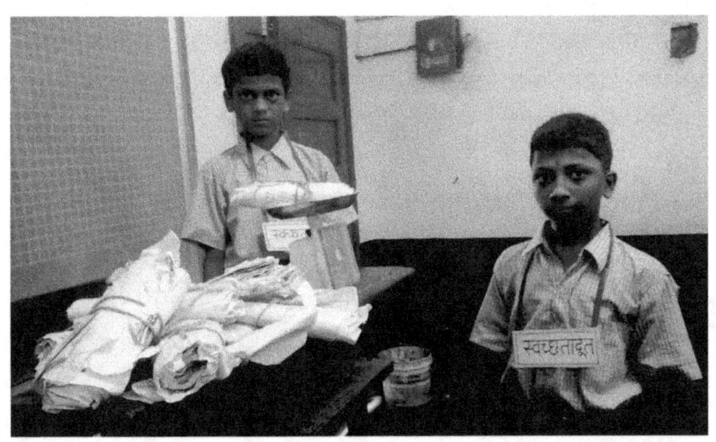

९

प्रसंग ९

(एका गृहसंकुलामधील दृश्य- सोसायटीतील सफाई कर्मचारी व रहिवासी स्त्री मधील संवाद)

सफाई कर्मचारी-मॅडम,तुम्ही रोज प्लास्टिकच्या पिशवीत बांधून ओला कचरा टाकता. मला कम्पोस्ट खत तयार करताना त्रास होतो.

स्त्री-मला शहाणपण शिकवू नको.आम्ही मेंटेनन्स भरतो म्हणून तुला पगार मिळतो.

(तेवढ्यात सोसायटीच्या सचिव तेथे येतात)

सफाई कर्मचारी-सेक्रेटरी मॅडम,बघा ना!कितीतरी वेळा सांगितलं, पण या प्लास्टिक च्या पिशवीत बांधूनच ओला कचरा टाकतात.

सेक्रेटरी-अहो ताई! असं करू नका. त्यांना त्यांचं काम नीट करायला आपणच मदत करायला हवी ना!

स्त्री-झालं का तुमचं पर्यावरण रक्षणाच गुऱ्हाळ पुन्हा सुरू.

सेक्रेटरी- अहो, गुऱ्हाळ काय म्हणताय! पर्यावरण रक्षण हे आपल्या सर्वांचे कर्तव्यच आहे.नाहीतर आलेल्या मुलाबाळांना आपण घर,पैसे,गाडी देऊ पण स्वच्छ हवा आणि पाणी मात्र देऊ शकणार नाही .

स्त्री - काहीही काय बडबडताय!

सेक्रेटरी - अहो खरंच बोलतेय मी.कचरा व्यवस्थापन करून आपण आपलं पर्यावरण रक्षणाच कर्तव्य पार पाडतोय आणि त्याबरोबर आपला आर्थिक फायदाही होतोय.

स्त्री - तो कसा काय?

(सचिव सफाई कर्मचऱ्याकडे पाहून)

सेक्रेटरी - हे दादा जे कम्पोस्ट खत तयार करतात ते आपण सोसायटीच्या बागेसाठी वापरतोच पण काही कम्पोस्ट खत विकतो सुद्धा.यातून येणारे पैसे ' सोसायटी वेल्फेअर फंडा' त जमा होतात. आहे की नाही कचऱ्यातून आर्थिक फायदा.

स्त्री - आहे खरा थोडाफार फायदा.

सेक्रेटरी (हसून) - आणि या कामात हे दादा आपल्याला मनापासून मदत करतात मग आपणही त्यांची मदत करायला हवी ना! छोटीशी सवय तर बदलायची आहे तुम्हाला.

स्त्री - खर आहे तुमचं.दादा, सॉरी. बदलेन मी माझी सवय. आता प्लास्टिक च्या पिशवीतून ओला कचरा मी कचरा कुंडीत टाकणार नाही.

सफाई कर्मचारी- नका ,नका ताई .सॉरी म्हणू नका .सर्वांनी मिळूनच काम केले पाहिजे.

(सफाई कर्मचारी जातो व आकांक्षा धावत येते .तिच्या हातात कंपोस्ट बास्केट आहे. ती सचिवांकडे पाहून म्हणते)

आकांक्षा- मावशी,हे बघ.आम्हाला आज शाळेत कंपोस्ट बास्केट तयार करायला शिकवलं.

सेक्रेटरी - अरे वा! (स्त्री कडे पाहून)

म्हटलं नव्हतं मी तुम्हाला, कचऱ्यातून आर्थिक फायदा आता तर कचऱ्यातून व्यवसाय सुद्धा.

स्त्री- बघू बघू ! (कंपोस्ट बास्केट हातात घेऊन निरखून पाहतात.) हे तू बनवलस.

आकांक्षा - हो काकू,आम्हाला शाळेत शिकवलं आणि कचऱ्यातून उभ्या राहिलेल्या मोठमोठ्या व्यवसायांची माहिती सुद्धा दिली.

सेक्रेटरी- खरं आहे तुझं.जस ओल्या कचऱ्यापासून कम्पोस्ट खत बनतं तसंच वेगवेगळ्या प्रकारच्या सुक्या कचऱ्याचा पुनर्वापर करून,त्यावर प्रक्रिया करून वेगवेगळ्या वस्तू तयार होतात.अगदी ऊर्जानिर्मिती ही होते.

स्त्री-अहो, काय सांगताय काय?मला हे काही माहीतच नव्हते.

आकांक्षा- हो मावशी,आज आमच्या शाळेत' कचऱ्यातून व्यवसाय'ही कार्यशाळा होती.त्यात ही सर्व माहिती सांगितली आणि कम्पोस्ट बास्केट सुद्धा तयार करायला शिकवलं.

सेक्रेटरी-आता या बास्केटमध्ये घरीसुद्धा कम्पोस्ट खत तयार करायच,बरं का!

आकांक्षा-नक्की करणार.मॅडम नी पण सांगितलंय करायला.

स्त्री-ऐकावं ते एकेक नवलच बाई.कचरा म्हणजे सोनंच झालंय जणू.

सेक्रेटरी-खरं आहे ताई.पण या सर्व डोलाऱ्याचा पाया आहे ' कचरा वर्गीकरण' आणि ते मात्र आपण सर्वांनी मिळूनच करायला हवं.

स्त्री-करणार!करणार! अगदी तुम्ही नेहमी सांगता तसं शास्त्रीय पद्धतीने करणार.मग तर झालं.

सेक्रेटरी-छान!छान! म्हणतात ना,

सोच बदलो,जीवन बदलेगा|

स्त्री आणि आकांक्षा-

सोच बदलो,जीवन बदलेगा|

10

जागा हो मानवा...

प्लास्टिकच्या पिशव्या जमिनीत मुरल्या,
गुराढोरांना खाताच भोवल्या,
पी-ओ-पी त नद्या बुडाल्या,
ई-कच-याचा प्रश्नही उरला !!
सागराला प्लास्टिकचा वेढा,
नद्यांना कच-याचा विळखा,
धोका यातील त्वरित ओळखा,
माणसा विचार कर थोडा !!
कच-याच्या नद्या,कच-याचे डोंगर,
कच-याची बेटे,कच-याचे सागर,
जागा हो मानवा,
कर 3-R चा जागर!!

कापडी पिशवी घरोघरी,
पर्यावरणाचे रक्षण करी.

11

लेखिका म्हणते की...

२०१६ साली महाराष्ट्र शासनाच्या, शिक्षकांसाठी आयोजित वक्तृत्व स्पर्धेत मी भाग घेतला. या स्पर्धेचा विषय होता 'कचरा व्यवस्थापन.' या स्पर्धेसाठी कचरा व्यवस्थापनाची माहिती गोळा करता करता लक्षात आले की कचरा व्यस्थापन करणे प्रत्येकाला सहज

शक्य आहे,गरज आहे ती दृष्टिकोन बदलण्याची.

याच विचारातून गोवंडी एज्युकेशन सोसायटीच्या श्रीमती.रा .सो.टहिलियानी माध्यमिक विद्यालयात प्रायोगिक तत्वावर 'कचरा व्यवस्थापन प्रकल्प सुरू केला.यासाठी शाळेत निर्माण होणाऱ्या कचऱ्याचे सर्वेक्षण केले.ओल्या कचऱ्यापासून सुरुवातीस विद्यार्थ्यांच्या मदतीने कम्पोस्ट खत तयार केले. सुक्या कचऱ्यातील प्लास्टीक, चॉकलेट-बिस्किटे यांची वेष्टने वेगवेगळी गोळा केली .हा वर्गीकृत सुका कचरा पुनर्वापरासाठी विविध स्वयंसेवी संस्थांना दिला.

या प्रकल्पाची दखल गोवंडी एज्युकेशन सोसायटीने घेतली आणि संस्थेच्या श्री.हशू अडवाणी मेमोरियल स्कूल, स्वामी विवेकानंद आंतरराष्ट्रीय मराठी शाळा,R.S.T ज्युनिअर कॉलेज या आस्थापनांमध्येही कचरा व्यवस्थापन प्रकल्प सुरू झाला.

या प्रकल्पांतर्गत विद्यार्थ्यांनी कागदी लगद्यापासून अनेक शैक्षणिक साधने तयार केली व त्याचा दैनंदिन अध्ययन अध्यापनात वापर केला.

कु. *स्वरूप निकम* या विद्यार्थ्याने सर्वप्रथम कागदी लगद्यापासून ' गाळण कागद' तयार केला.

या छोटेखानी पुस्तकाद्वारे गोवंडी एज्युकेशन सोसायटीतील कचरा व्यवस्थापन प्रकल्प आपणासमोर नाट्यरूपात मांडण्याचा प्रयत्न केला आहे.महाराष्ट्र व देशातील लाखो शाळांमध्ये हा प्रकल्प राबविला गेल्यास ' माझा कचरा,माझी जबाबदारी'हा संस्कार बालवयातच विद्यार्थ्यांच्या मनात रुजेल असा मला विश्वास वाटतो.

गोवंडी एज्युकेशन सोसायटीचे सन्माननीय पदाधिकारी आणि सदस्य यांचे मोलाचे मार्गदर्शन व सहकार्य कचरा व्यवस्थापन प्रकल्पास लाभले.यास्तव मी गोवंडी एज्युकेशन सोसायटीची शतशः ऋणी आहे.तसेच प्रकल्प यशस्वी करण्यास सहर्ष सहकार्य करणारे सर्व अस्थापनांचे मा.मुख्याध्यापक, शिक्षक व कर्मचारीवृंद आणि विद्यार्थी मित्रांचे मनःपूर्वक आभार.

12

विद्यार्थी मनोगत

कचरा व्यवस्थापन या विषयाचे महत्त्व मला माझ्या शाळेने पटवून दिले. आपल्या घराची,परिसराची स्वच्छता राखणे,कचऱ्याची योग्य पद्धतीने विल्हेवाट लावणे ही सुद्धा देशसेवा आहे याचे भान आम्हाला आमच्या शिक्षिका श्रीमती.वावेकर यांनी दिले .जेव्हा मी पहिल्यांदा स्वच्छता दूत झाले तेव्हा एक जागरूक नागरिक माझ्यामध्ये निर्माण झाला .कचरा व्यवस्थापन हा विषय तर आमच्या प्रत्येकाचाच आपुलकीचा बनला .कचरा व्यवस्थापनामुळे आम्हाला स्वतः घरात निर्माण केलेल्या कचऱ्याची किंवा परिसरातील कचऱ्याची योग्य विल्हेवाट कशी लावायची याची शास्त्रोक्त माहिती मिळाली. खरंतर शाळेत आम्ही अनेक नवनवीन प्रयोग राबविले आणि त्या प्रत्येक प्रयोगाला योग्य यशही मिळाले .कधी प्लास्टिकच्या बाटल्या ,टेट्रापॅक जमा करून स्वयंसेवी संस्थेस दिले तर कधी वाया गेलेल्या कागदांपासून लगदा तयार करून त्यापासून शैक्षणिक साधने बनविली. कचरा व्यवस्थापनासाठी आम्ही आणखी एक महत्त्वाचा प्रकल्प राबविला तो म्हणजे जनजागृती . स्वच्छता दिंडी,भाषणे,प्रदर्शने याद्वारे आम्ही जनजागृती करण्याचा प्रयत्न केला परंतु अनेक वेळा आम्ही प्रत्यक्ष लोकांच्या घरी जाऊन त्यांना आमच्या प्रकल्पाची माहिती दिली आणि जाणीवजागृती करण्याचा प्रयत्न केला. "जागा हो मानवा "हे आमचे कचराव्यावस्थापनावरील नाटुकले. या नाटकाद्वारे

आम्ही कचराव्यावस्थापनाचे महत्व मुलांना आणि प्रेक्षकांना पटवून दिले. या नाटकात आपण सर्वजण दररोज करत असलेल्या गोष्टींचा समावेश आहे. लहान लहान सवयी बदलून केवळ इच्छाशक्ती च्या जोरावर कचरा व्यवस्थापनाच्या माध्यमातून आपण सर्वजण पर्यावरण रक्षणात मोलाचे योगदान देऊ शकतो हा संदेश या नाटुकल्यातून दिला आहे.

या कचरा व्यवस्थापन प्रकल्पाचा एक भाग असल्याचा मला सार्थ अभिमान आहे.

कु.प्रेषिता अरविंद म्हस्के

विद्यार्थिनी

गोवंडी एज्युकेशन सोसायटीचे,

श्रीमती.रा.सो.टहिलियानी माध्यमिक विद्यालय.

Youtube वर जरूर पहा :

- https://youtu.be/fLMA7NAWqBE

  भूमितिशी दोस्ती

- https://youtu.be/hlgbarlSm-w

  कचरा व्यवस्थापन

- https://youtu.be/igvtde4U_CE

  कृतीतून शिका

- https://youtu.be/dEQURbtiUZs

  सामाजिक जाणीव

- https://youtu.be/tyxoE4JLd1E

  मज्जा!

- https://youtu.be/NwC48bYXauU

  सापशिडी.

काही मनोरम्य आठवणी ...